Scope of Sanskrit world

Dr. Mina Vyas

Title : Scope of Sanskrit World

Author : Dr. Mina Vyas

Edition : First (July, 2024)

ISBN : 9788197680892

Published by

A Venture by -

PRACHI DIGITAL PUBLICATION

Regd. Add.: 254, Khuriyakhatta No. 10, Bindukhatta,
Lalkuan, Nainital - 262402, Uttarakhand, India
Website : www.taneeshapublishers.in
E-mail : taneeshapublishers@gmail.com
Phone : +91 845481 2712, +91 976041 7980

Printed by :
Manipal Technologies Limited, Bengaluru - 560001, Karnataka

રામાયણ-મહાભારત જેવા ખુબ જ પ્રાચિન હિન્દુ ધર્મગ્રંથ, પોથી પુરાણ અને હિન્દુ આધ્યાત્મિક કથાઓમાં ઘણીવાર ૧૪ વિદ્યા અને ૬૪ કલાઓનુ વર્ણન કરવામાં આવેલ છે અને તેને સાંભળ્યા કે વાંચ્યા પછે ઘણા લોકોને એના વિષે સંપુર્ણ જાણકારી પ્રાપ્ત કરવાની જિજ્ઞાસા હોય છે. ૧૪ વિદ્યાઓમાં ચાર વેદ, ચાર ઉપવેદ અને ૬ વેદાંતનો સમાવેશ થાય છે. પાચીન કાળથી જે ૧૪ વિદ્યાઓ અને ૬૪ કલાઓનું વર્ણન કરેલ છે તે આ મુજબ છે,

ચાર વેદ આ પ્રમાણે છે :

1) ઋગ્વેદ : ઋગ્વેદ સંહિતા એ ઋગ્વેદિક મુંબઈનો મંત્ર ભાગ છે, તેમાં 1017 સૂક્ત છે. તેને વિશ્વનું સૌથી જૂનું પુસ્તક માનવામાં આવે છે.

2) યજુર્વેદ : યજુર્વેદમાં યજ્ઞ સંબંધિત પદ્ધતિઓ અને યજ્ઞ વિધિઓમાં ઉપયોગમાં લેવાતા મંત્રોનું વિગતે વર્ણન કરવામાં આવ્યું છે. યજ્ઞ ઉપરાંત તત્વજ્ઞાનનું વર્ણન વેદોમાં ગદ્યમાં કરવામાં આવ્યું છે.

3) સામવેદ : ચાર વેદોમાં સામવેદનું મહત્વ સૌથી વધુ છે. શામ શબ્દનો અર્થ છે....... સામવેદ એ ભારતના સૌથી જૂના શાસ્ત્રોમાંનું એક છે અને તે સંગીત આધારિત વેદ છે. પ્રાચીન આર્યો દ્વારા દાન. ચાર વેદોમાં સામવેદ કદની દૃષ્ટિએ સૌથી નાનો છે.

4) અથર્વવેદ : અથર્વવેદ સંહિતા વેદોમાં ચોથા સ્થાને આવે છે, જે હિંદુ ધર્મના સૌથી પવિત્ર અને સર્વોચ્ચ ધાર્મિક ગ્રંથ છે. અથર્વવેદના બે અધ્યાયો, સૌનક અને પરાપલતમાં પ્રસારિત લગભગ તમામ સ્ત્રોતો ઋગ્વેદના સ્તોત્રોમાં રચાયેલા છે. અથર્વવેદના વિદ્વાન ગણાય છે. ચારેય વેદોના જાણનાર.

ચાર ઉપવેદ આ મુજબ છે :

1) અર્થશાસ્ત્ર : તે એક પ્રાચીન ભારતીય હિંદુ ગ્રંથ છે જે રાજ્યકળા, આર્થિક અને લશ્કરી વ્યૂહરચના વિશે જ્ઞાન પ્રદાન કરે છે અને તેનું શ્રેય વિષ્ણુ ગુપ્તાને આપવામાં આવે છે, જેને કૌટિલ્ય તરીકે પણ ઓળખવામાં આવે છે.

2) ધનુર્વેદ : ધનુર્વેદ શબ્દ ધનુષ અને જ્ઞાન બે શબ્દો પરથી આવ્યો છે, જેનો શાબ્દિક અર્થ થાય છે ધનુર્વિદ્યાનું વિજ્ઞાન.

3) ગંધર્વવેદ : તે પર્ફોર્મિંગ આર્ટ્સ પર આધારિત એક પ્રાચીન ભારતીય લખાણ છે. તેમાં થિયેટર, નૃત્ય અને સંગીતની કળાઓનો સમાવેશ થાય છે.

4) આયુર્વેદ : આયુર્વેદ અથવા આયુર્વેદિક દવા એ ભારતની પરંપરાગત તબીબી પદ્ધતિ છે. આયુર્વેદ શબ્દ આયુષ અને વેદથી બનેલો છે જે જીવનના વિજ્ઞાનનો સંદર્ભ આપે છે.

સારા વેદાંત આ પ્રમાણે છે.

1) વ્યાકરણ : બોલાતી ભાષામાં શબ્દોનો ઉપયોગ કેવી રીતે અને કઈ રીતે કરવો જોઈએ તે દર્શાવતું શાસ્ત્ર જ્ઞાન

2) જ્યોતિષી : ગ્રહો, નક્ષત્રો અને અન્ય અવકાશી પદાર્થોનો અભ્યાસ કરવાનો અને સમયચક્રને સમજવાનો વિષય જ્યોતિષ કહેવાય છે.

3) નિરુક્ત : વેદોમાં જણાવેલા અઘરા શબ્દોનો અર્થ સમજાવતો શાસ્ત્ર.

4) કલ્પ : ધાર્મિક વિધિઓ, ઉપવાસ, નિયમો અને ધાર્મિક વિધિઓનું વર્ણન કરતું શાસ્ત્ર

5) છંદ : શબ્દોને કાવ્યાત્મક સ્વરૂપમાં ઢાળીને ગીતનું સ્વરૂપ આપવું

6) શિક્ષા : અધ્યાપન, અધ્યયન, અધ્યયન અને શિક્ષણ

૬૪ કલાઓ નીચે મુજબ છે :

(1) અભિધાન કોષ છાંદોજ્ઞાન - શબ્દો અને છંદોની કળાનું જ્ઞાન

(2) વાસ્તુવિદ્યા - મકાનો, મહેલો બાંધવાની કળા

(3) બાલક્રીડાકર્મ - બાળકોનું મનોરંજન કરવાની કળા

(4) ચિત્રશબ્દાપુપભક્ષવિપાક ક્રિયા - રસોઈ, સ્વાદિષ્ટ ખોરાકની જાતો તૈયાર કરવાની કળા

(5) પુસ્તકવાચન - કાવ્યલંકાર સાહિત્ય, ગ્રંથો વાંચવાની કળા

(6) પટ્ટિકા વેત્ર વન કલ્પ - અવાર નવાર, સુભ, વેટ વગેરેમાંથી પલંગ માટે કાપડ વણાટ કરવાની કળા.

(7) વૈનાયિકી વિદ્યાજ્ઞાન - શિસ્ત, શિષ્ટાચાર અને શિષ્ટાચારમાં પારંગત બનવાની કળા

(8) વ્યાયામિકી વિદ્યાજ્ઞાન - કસરત વિશે ભૌતિક અને વૈજ્ઞાનિક જ્ઞાન મેળવવાની કળા

(9) વૈજાપીકી વિધાજ્ઞાન - અન્ય પર જીતવાની કળા

(10) શુકસારીકા પ્રલાપન - પક્ષીઓની વાણીની ભાષા જાણવા અને સમજવાની કળા

(11) પાનક રસ અને રાગસવ યોજના - વાઇન અને પીણાં બનાવવાની કળા

(12) ધતુવદ - ધાતુશાસ્ત્ર, કાચી અને મિશ્ર ધાતુઓને અલગ કરવાની કળા

(13) દુર્વાચ યોગ - મુશ્કેલ શબ્દોનું અર્થઘટન અને ચોક્કસ અર્થ શોધવાની કળા

(14) આકર જ્ઞાન - ખાણ અને ખનિજશાસ્ત્રની કળા

(15) કાવ્યસમસ્યાપૂર્તિ - અધૂરી કવિતાને સંપૂર્ણ સ્વરૂપ આપવાની કળા

(16) ભાષાજ્ઞાન - દેશી અને વિદેશી વિવિધ ભાષાઓના જ્ઞાનને આત્મસાત કરવાની કળા.

(17) ચિત્રયોગ - ચિત્રો દોરવાની અને રંગવાની કળા

(18) કાયાકલ્પ - કોઈની કળા-કૌશલ્ય દ્વારા વૃધ્ધ વ્યક્તિને યુવાન બનાવવાની અથવા તેને યુવાન દેખાડવાની કળા

(19) માલ્યગ્રંથ વિકલ્પ - કપડાંની યોગ્ય પસંદગી કરવાની કળા

(20) વૃક્ષાયુર્વેદ યોગ - બગીચાઓ, ઉપવન, ઉદ્યાન બનાવવાની અને છોડ અને જડીબુટ્ટીઓ સાથે દવા અથવા તબીબી સારવારની પ્રેક્ટિસ કરવાની કળા.

(21) આકર્ષણ ક્રીડા - અન્યને લલચાવવાની અથવા આકર્ષિત કરવાની કળા

(22) કોચુમર યોગ : મેકઅપ દ્વારા કુરૂપ વ્યક્તિને
સુંદર બનાવવાની કળા

(23) હસ્તલખાવ – હાથથી શિલ્પકલા બનાવવાની કળા

(24) પ્રહેલિકા - કવિતા દ્વારા કૂટપ્રશ્નો, કોયડાઓ બનાવવાની અને ઉકેલવાની કળા

(25) પ્રતિમાલા - સ્મૃતિ અને કૌશલ્યની કસોટી તરીકે અંતાક્ષરીમાં નિપુણતા મેળવવાની કળા

(26) ગંધયુક્તિ - સુગંધિત સુગંધ, પેસ્ટ વગેરે બનાવવાની કળા.

(27) યંત્રમાતૃકા - વિવિધ સાધનો બનાવવાની કળા

(28) અત્તર વિકલ્પ - ફૂલોમાંથી અર્ક અથવા અત્તર બનાવવાની કળા

(29) સંપાઠ્ય - બીજાને સાંભળવાની અને બરાબર એ જ રીતે પુનરાવર્તન કરવાની કળા

(30) ધારણ માતૃકા – યાદદાસ્ત વધારવા અને સુધારવાની કળા

(31) છલિક યોગ – છેતરપિંડી કરવાની કળા

(32) વસ્ત્રગોપન - ફાટેલા કપડાં સીવવાની કળા

(33) મણિભૂમિકા - જમીન પર મણકા વડે વિવિધ સર્જનો બનાવવાની કળા

(34) દ્યૂતક્રીડા – જુગાર રમવાની કળા

(35) પુષ્પશકટિકા નિમિત્ત જ્ઞાન - કુદરતી સંકેતો અને લક્ષણોના આધારે ભવિષ્યની આગાહી કરવાની કળા

(36) માલ્યગ્રંથન - માળા, હાર, ગજરા બનાવવાની કળા

(37) મણિરાગજ્ઞાન - રંગના આધારે રત્નોને ઓળખવાની કળા

(38) મેષકુક્કુટલાવક - લડવાની પદ્ધતિ: ચિકન, બકરી, સાપ, મંગૂસ વગેરે પ્રાણીઓ સાથે લડવાની કળા.

(39) વિશેષકચ્છેદ જ્ઞાન - કપાળ પર લગાડવાના તિલકના ઘાટ બનાવવાની કળા

(40) ક્રિયા વિકલ્પ – કોઇ વસ્તુની ક્રિયાની અસરને ઉલટાવી દેવાની કળા

(41) માનસી કાવ્યક્રિયા - ઝડપથી કવિતા રચવાની કળા

(42) આભૂષણ ભોજન - શરીરને સોના, ચાંદી અથવા મોતીથી શણગારવાની કળા

(43) કેશશેખર પીડ જ્ઞાન - તાજ બનાવવાની અને વાળમાં ફૂલો ગોઠવવાની કળા

(44) નૃત્યજ્ઞાન - નૃત્ય કુશળતામાં નિપુણતા મેળવવાની કળા

(45) ગીતજ્ઞાન - શાસ્ત્રીય ગાયકીમાં ઊંડું જ્ઞાન મેળવવાની કળા

(46) તંડુલ કુસુમાવલી વિકાર - ચોખા અને ફૂલોની રંગોળી બનાવવાની કળા

(47) કેશમાર્જન કૌશલ્ય - માથાને તેલથી માલિશ કરવાની કળા

(48) ઉત્સાદન ક્રિયા - શરીરના ભાગોને તેલથી માલિશ કરવાની કળા

(49) કર્ણપત્ર ભંગ - ફૂલો અને પાંદડા વડે બુટ્ટી બનાવવાની કળા

(50) નેપથ્ય યોગ - ઋતુ પ્રમાણે કપડાં પહેરવાની કે પસંદ કરવાની કળા

(51) ઉદકઘાત - જલવિહાર, રંગીન પાણીથી પાણીનો સ્પ્રે બનાવવાની કળા

(52) ઉદાકવાધ – પાણી ભરેલા વાસણમાંથી સંગીત સાધનની જેમ અવાજ ઉત્પન્ન કરવાની કળા

(53) શયનરચના – પથારી સજાવવાની કળા

(54) ચિત્રકલા - કોતરકામ, ચિત્રકામ વગેરેની કળા.

(55) પુષ્પાસ્તરણ - ફૂલોને કલાત્મક રીતે ગોઠવીને પથારી બનાવવાની કળા

(56) નાટ્યઅખ્યાયિકા દર્શન - નાટકોમાં અભિનય કરવાની કળા

(57) દશનવસ્નાંગરાત - દાંત, કપડાં, શરીરને ચિત્રકામ અથવા સજાવટ કરવાની કળા

(58) તુર્કકર્મ - ચરખા પર સૂત કાંતવાની કળા

(59) ઇંદ્રજાલ - જાદુ, મંત્ર-તંત્ર અને જગલિંગની કળાનું જ્ઞાન

(60) તક્ષણકર્મ – લાકડા પર કોતરણી કલા

(61) અક્ષર મુષ્ટિકા કથન - કરપલ્લવી દ્વારા વાતચીત કરવાની કળા

(62) સૂત્ર તથા સુચીકર્મ - દોરા વડે કપડાં પર રફુ કરવાની કળા

(63) મ્લેંછીતકલા વિકલ્પ – અન્ય ભાષા જ્ઞાનની જાણકારી પ્રાપ્ત કરવાની કળા

(64) રત્નરૌપ્યપરીક્ષા - કિમતી ધાતુઓ અને
રત્નોનું પરીક્ષણ કરવાની કળા

www.ingramcontent.com/pod-product-compliance
Lightning Source LLC
LaVergne TN
LVHW031427170726
843492LV00009B/2892
9788197680892